มัทเธียสฟีดเ

แนวความคิดของงารจับคู่อสังหาริมทรัพย์

อันเป็นนวัตกรรม:การเป็นนายหน้าอสัง

หาริมทรัพย์ทำได้ไม่ยากเลย

การจับคู่อสังหาริมทรัพย์:

การเป็นนายหน้าอสังหาริมทรัพย์ที่มีประสิทธิภาพ ง่าย

และมีความเป็นมืออาชีพ

พร้อมพอร์ทัลการจับคู่อสังหาริมทรัพย์อันเป็นนวัตกรรม

รายละเอียดในการตีพิมพ์ — ผู้จัดทำ | ประกาศทางกฎหมาย

1.ฉบับตีพิมพ์เป็นหนังสือตีพิมพ์|กุมภาพันธ์ 2017

(ตีพิมพ์แรกเริ่มเป็นภาษาเยอรมัน ธันวาคม 2016)

© 2016 มัทเธียสฟีดเลอร์

มัทเธียสฟีดเลอร์
Erika-von-Brockdorff-Str. 19
41352 Korschenbroich
เยอรมนี
www.matthiasfiedler.net

การตีพิมพ์และการผลิต:
ดูพิมพลักษณ์ที่หน้าสุดท้าย

ออกแบบปกหน้า: มัทเธียสฟีดเลอร์
การสร้างสรรค์อี-บุ๊ค: มัทเธียสฟีดเลอร์

สงวนลิขสิทธิ์

ISBN-13 (หนังสือปกอ่อน): 978-3-947128-06-8
ISBN-13 (อี-บุ๊คอุปกรณ์เคลื่อนที่): 978-3-947128-07-5
ISBN-13 (อี-บุ๊ค ตีพิมพ์ทางอิเล็กทรอนิกส์): 978-3-947128-08-2

ข้อมูลบรรณานุกรมของหอสมุดแห่งชาติเยอรมนี:
หอสมุดแห่งชาติเยอรมนีบันทึกการตีพิมพ์นี้ในบรรณานุกรมแห่งชาติเยอรมนีข้อมูลบรรณานุกรมอ
ย่างละเอียดมีอยู่บนอินเทอร์เน็ตที่ http://dnb.d-nb.de

สรุป

หนังสือเล่มนี้อธิบายถึงแนวความคิดอันเป็นการพลิกโฉมสำหรับพอร์ทัล(แอ
พ)

การจับคู่อสังหาริมทรัพย์ที่มีขอบเขตทั่วโลกด้วยการคำนวณศักยภาพในการ

ขายที่ค่อนข้างมาก   (พันล้านเหรียญสหรัฐฯ)

ซึ่งได้ถูกบูรณาการเข้ากับซอฟต์แวร์ของตัวแทนอสังหาริมทรัพย์รวมถึงการ

ประเมินอสังหาริมทรัพย์ (ศักยภาพในการขายล้านล้านเหรียญสหรัฐฯ)

นี่หมายความว่าอสังหาริมทรัพย์ในเชิงที่พักอาศัยและเชิงพาณิชย์

ไม่ว่าจะถูกครอบครองโดยเจ้าของหรือปล่อยเช่า

ก็สามารถดำเนินการผ่านนายหน้าได้อย่างมีประสิทธิภาพและในแนวทางที่เ

ป็นการประหยัดเวลา

ซึ่งเป็นอนาคตของการเป็นนายหน้าอสังหาริมทรัพย์ที่เป็นนวัตกรรมและมีค

วามเป็นมืออาชีพสำหรับตัวแทนอสังหาริมทรัพย์และเจ้าของทรัพย์สินทุกรา

ย

การจับคู่อสังหาริมทรัพย์ใช้ได้ผลในเกือบจะทุกประเทศและแม้กระทั่งข้ามป

ระเทศ

แทนที่จะ “นำ” ทรัพย์สินของท่านไปหาผู้ซื้อหรือผู้เช่า ด้วยพอร์ทัลการจับคู่อสังหาริมทรัพย์ ผู้ที่มีโอกาสจะเป็นซื้อและผู้เช่าสามารถมีคุณสมบัติผ่านเกณฑ์ (ค้นหาโฟรไฟล์) แล้วจากนั้นจึงจับคู่และเชื่อมโยงกับทรัพย์สินที่นำเสนอโดยตัวแทนอสังหาริมทรัพย์

สารบัญ

คำนำ   หน้า 07

1. แนวความคิดของการจับคู่อสังหาริมทรัพย์อันเป็นนวัตกรรม:
การเป็นนายหน้าอสังหาริมทรัพย์ทำได้ไม่ยากเลย   หน้า 08

2. วัตถุประสงค์ของผู้ที่มีโอกาสจะเป็นซื้อและผู้เช่าและ ผู้ขายทรัพย์สิน   หน้า 09

3. แนวทางก่อนหน้านี้ในการค้นหา อสังหาริมทรัพย์   หน้า 10

4. ข้อเสียเปรียบของผู้ขายส่วนบุคคล/ ข้อได้เปรียบ
ของตัวแทนอสังหาริมทรัพย์   หน้า 12

5. การจับคู่อสังหาริมทรัพย์   หน้า 14

6. ขอบเขตของการนำไปใช้งาน   หน้า 21

7. ข้อได้เปรียบ   หน้า 22

8. การคำนวณตัวอย่าง (ศักยภาพ)   หน้า 24

9. สรุป   หน้า 33

10. การบูรณาการพอร์ทัลการจับคู่อสังหาริมทรัพย์
เข้าในซอฟต์แวร์ตัวแทนอสังหาริมทรัพย์ใหม่
ซึ่งรวมถึงการประเมินอสังหาริมทรัพย์   หน้า 36

คำนำ

ในปี 2011

ผมได้ให้กำเนิดแลพัฒนาแนวความคิดที่ได้อธิบายไว้ในที่นี้สำหรับกระบวนการในการจับคู่อสังหาริมทรัพย์อันเป็นนวัตกรรม

นับตั้งแต่ปี 1998 เป็นต้นมา

ผมได้เข้าไปมีส่วนเกี่ยวข้องในธุรกิจอสังหาริมทรัพย์

(รวมถึงการเป็นนายหน้าอสังหาริมทรัพย์ การซื้อและการขาย การประเมิน การเช่า และการพัฒนาอสังหาริมทรัพย์)

ผมเป็นนายหน้าซื้อขายอสังหาริมทรัพย์ (IHK)

นักเศรษฐศาสตร์อสังหาริมทรัพย์ (ADI)

และผู้เชี่ยวชาญที่ได้การรับรองในการคำนวณมูลค่าอสังหาริมทรัพย์

(DEKRA) รวมทั้งเป็นสมาชิกของสมาคมอสังหาริมทรัพย์ของ Royal Institution of Chartered Surveyors (MRICS) ที่เป็นที่รู้จักกันดีในระดับสากล

มัทเธียสฟีดเลอร์

Korschenbroich, 10/31/2016

www.matthiasfiedler.net

7

1. แนวความคิดของการจับคู่สังหาริมทรัพย์อันเป็นนวัตกรรม:

การเป็นนายหน้าอสังหาริมทรัพย์ทำได้ไม่ยากเลย

การจับคู่อสังหาริมทรัพย์:

การเป็นนายหน้าอสังหาริมทรัพย์ที่มีประสิทธิภาพ ง่าย
และมีความเป็นมืออาชีพ

พร้อมพอร์ทัลการจับคู่อสังหาริมทรัพย์อันเป็นนวัตกรรม

แทนที่จะ "นำ" ทรัพย์สินไปหาผู้ซื้อหรือผู้เช่า ด้วยพอร์ทัล(แอพ)
การจับคู่อสังหาริมทรัพย์

ผู้ที่มีโอกาสจะเป็นซื้อและผู้เช่าสามารถมีคุณสมบัติผ่านเกณฑ์
(ค้นโปรไฟล์)

แล้วจากนั้นจึงจับคู่และเชื่อมโยงกับทรัพย์สินที่นำเสนอโดยตัวแทนอสังหาริมทรัพย์

2.วัตถุประสงค์ของผู้ที่มีโอกาสจะเป็นผู้ซื้อหรือผู้เช่าและผู้ขายทรัพย์สิน

จากมุมองของผู้ขายและเจ้าของอสังหาริมทรัพย์ เป็นสิ่งสำคัญที่จะต้องขายหรือปล่อยเช่าทรัพย์สินของตนให้ได้เร็วและได้ราคาสูงที่สุดเท่าที่จะเป็นไปได้

จากมุมมองของผู้ที่มีโอกาสจะเป็นผู้ซื้อและผู้เช่า เป็นสิ่งสำคัญที่จะต้องหาทรัพย์สินที่เหมาะสมที่ตรงกับความต้องการของตน และสามารถเช่าหรือซื้อทรัพย์สินนั้นโดยเร็วและง่ายเท่าที่จะเป็นไปได้

3.แนวทางก่อนหน้านี้ในการค้นหาอสังหาริมทรัพย์

โดยทั่วไปแล้ว ผู้ที่มีโอกาสจะเป็นผู้ซื้อและผู้เช่าอสังหาริมทรัพย์จะใช้พอร์ทัลอสังหาริมทรัพย์ออนไลน์ขนาดใหญ่เพื่อค้นหาทรัพย์สินที่อยู่ในภูมิภาคที่เป็นที่ต้องการที่นั่นเอง พวกเขาสามารถมีทรัพย์สินหรือรายการเชื่อมโยงที่เกี่ยวข้องไปยังทรัพย์สินที่ส่งถึงพวกเขาทางอีเมลเมื่อพวกเขาได้กำหนดโปรไฟล์ในการค้นหาอย่างย่อแล้ว ซึ่งบ่อยครั้งจะมีการทำแบบนี้บนพอร์ทัลอสังหาริมทรัพย์ 2-3 แห่ง หลังจากนั้น โดยทั่วไปแล้วผู้ขายก็จะได้รับการติดต่อทางอีเมล ผลที่ตามมาคือ ผู้ขายหรือเจ้าของจะมีโอกาสและได้รับอนุญาตให้ติดต่อกับฝ่ายที่ให้ความสนใจ นอกจากนั้น ผู้ที่มีโอกาสจะเป็นผู้ซื้อและผู้เช่าก็จะติดต่อตัวแทนอสังหาริมทรัพย์รายบุคคลในภูมิภาคของตน แล้วก็จะมีการสร้างโปรไฟล์การค้นหาสำหรับพวกเขาขึ้น

ผู้ให้บริการบนพอร์ทัลอสังหาริมทรัพย์นั้นมาจากทั้งภาคอสังหาริมทรัพย์ส่วนบุคคลและเชิงพาณิชย์

ผู้ให้บริการเชิงพาณิชย์คือตัวแทนอสังหาริมทรัพย์เสียเป็นส่วนใหญ่และในบางกรณีบริษัทก่อสร้าง   นายหน้าอสังหาริมทรัพย์ และบริษัทอสังหาริมทรัพย์อื่นๆ   (ในบทความนี้ ผู้ให้บริการเชิงพาณิชย์หมายถึงตัวแทนอสังหาริมทรัพย์)

4.ข้อเสียเปรียบของผู้ให้บริการส่วนบุคคล /

ข้อได้เปรียบของตัวแทนอสังหาริมทรัพย์

ด้วยทรัพย์สินที่เป็นอสังหาริมทรัพย์ที่ต้องการขาย

ผู้ขายส่วนบุคคลไม่สามารถรับประกันว่าจะขายได้ทันทีเสมอไป ตัวอย่างเช่น

ในกรณีของทรัพย์สินที่ได้รับเป็นมรดก

อาจไม่มีความเห็นเป็นเอกฉันท์ในหมู่ทายาทหรือใบรับรองการรับมรดกอาจ

สูญหายไป   นอกจากนั้นแล้ว

ประเด็นทางกฎหมายที่ไม่ชัดเจนเช่นสิทธิในการอยู่อาศัยก็อาจทำให้การขาย

ยุ่งยากขึ้นไปอีก

สำหรับทรัพย์สินที่ให้เช่า

อาจเป็นไปได้ที่เจ้าของส่วนบุคคลยังไม่ได้รับใบอนุญาตอย่างเป็นทางการ

ตัวอย่างเช่น ผู้ที่จำเป็นต้องเช่าพื้นที่เชิงพาณิชย์เป็นที่พักอาศัย

เมื่อตัวแทนอสังหาริมทรัพย์ดำเนินการในฐานะผู้ให้บริการ

โดยทั่วไปแล้วเขาได้ชี้แจงถึงมุมมองที่ได้กล่าวถึงก่อนหน้านี้แล้ว

ยิ่งไปกว่านั้น เอกสารอสังหาริมทรัพย์ที่เกี่ยวข้องทั้งหมด (ผังพื้น ผังสถานที่

การรับรองพลังงาน การจดทะเบียนสิทธิ เอกสารอย่างเป็นทางการ ฯลฯ)

ตามปกติแล้วจะมีพร้อมอยู่แล้ว   ผลที่ตามมาก็คือ

การขายหรือการเช่าก็จะสามารถดำเนินการให้เสร็จสิ้นได้โดยเร็วและไม่มีความซับซ้อนยุ่งยาก

5.การจับคู่อสังหาริมทรัพย์

เพื่อที่จะจับคู่ผู้ซื้อหรือผู้เช่าที่มีความสนใจกับผู้ขายหรือเจ้าของให้อย่างเร็วแ
ละมีประสิทธิภาพมากที่สุดเท่าที่จะเป็นไปได้
โดยทั่วไปแล้วเป็นสิ่งสำคัญที่จะต้องใช้แนวทางที่เป็นระบบและมีความเป็น
มืออาชีพ
การดำเนินการที่ว่านี้ทำที่นี่ด้วยแนวทาง   (หรือกระบวนการ)
ที่ได้รับความใส่ใจอย่างเป็นสัดส่วนผกผันกันกับการค้นหาและการมองหาก
ระบวนการระหว่างตัวแทนอสังหาริมทรัพย์และฝ่ายที่มีความสนใจ
นี่หมายความว่าแทนที่จะ   "นำ"   ทรัพย์สินไปหาผู้ซื้อหรือผู้เช่า
ด้วยพอร์ทัล(แอพ)   การจับคู่อสังหาริมทรัพย์
ผู้ที่มีโอกาสจะเป็นซื้อและผู้เช่าสามารถมีคุณสมบัติผ่านเกณฑ์
(ค้นหาโปรไฟล์)
แล้วจากนั้นจึงจับคู่และเชื่อมโยงกับทรัพย์สินที่นำเสนอโดยตัวแทนอสังหาริ
มทรัพย์

ในขั้นตอนแรก
ผู้ที่มีโอกาสจะเป็นซื้อและผู้เช่าจะกำหนดโปรไฟล์ในการค้นหาเฉพาะขึ้นใน

พอร์ทัลการจับคู่อสังหาริมทรัพย์

โปรไฟล์ในการค้นหานี้ครอบคลุมถึงคุณลักษณะประมาณ 20 อย่าง คุณลักษณะต่อไปนี้อาจถูกรวมเข้าไปด้วย (ไม่ใช่รายการที่ครบถ้วน) และเป็นสิ่งจำเป็นสำหรับโปรไฟล์ในการค้นหา

- ภูมิภาค / รหัสไปรษณีย์ / เมือง
- ประเภทสิ่งของ
- ขนาดของทรัพย์สิน
- พื้นที่อยู่อาศัย
- ราคาซื้อ / เช่า
- ปีที่สร้าง
- ชั้น
- จำนวนห้อง
- มีผู้เช่าอยู่ (ใช่/ไม่ใช่)
- มีชั้นใต้ดิน (ใช่/ไม่ใช่)
- มีเฉลียง/ระเบียง (ใช่/ไม่ใช่)
- วิธีการทำความร้อน
- มีพื้นที่จอดรถ (ใช่/ไม่ใช่)

เรื่องสำคัญ**I**ก็คือคุณลักษณะที่ว่านั้น ไม่ได้ถูกป้อนเข้าระบบด้วยตนเอง แต่กลับถูกเลือกโดยการทำเครื่องหมายเลือกหรือเปิดช่องป้อนข้อมูลที่เกี่ยวข้อง (เช่น ประเภทของทรัพย์สิน) จากรายการความเป็นไปได้/ทางเลือกที่ได้กำหนดไว้ก่อนแล้ว (สำหรับประเภทของทรัพย์สิน: อพาร์ตเมนท์ บ้านสำหรับครอบครัวเดี่ยว โกดัง สำนักงาน ฯลฯ)

ถ้าต้องการ ฝ่ายที่มีความสนใจอาจกำหนดโปรไฟล์ในการค้นหาเพิ่มเติมได้ การแก้ไขโปรไฟล์ในการค้นหาก็ทำได้ด้วยเช่นกัน

นอกจากนั้นแล้ว

ผู้ที่มีโอกาสจะเป็นซื้อและผู้เช่าก็เป็นผู้ป้อนข้อมูลในการติดต่อในช่องป้อนข้อมูลที่ได้ระบุไว้ ซึ่งครอบคลุมถึงนามสกุล ชื่อแรก ถนน เลขที่บ้าน รหัสไปรษณีย์ เมือง โทรศัพท์ และที่อยู่อีเมล

ในบริบทนี้ ฝ่ายที่มีความสนใจจะอนุญาตให้ติดต่อได้ รวมทั้งรับทรัพย์สินที่ตรงกับความต้องการจากตัวแทนอสังหาริมทรัพย์

ฝ่ายที่มีความสนใจก็จะลงนามในสัญญากับผู้ประกอบการของพอร์ทัลการจับ
คู่อสังหาริมทรัพย์

ในขั้นตอนถัดไป

จะมีการเตรียมความพร้อมของโปรไฟล์ในการค้นหาให้แก่ตัวแทนอสังหาริม
ทรัพย์ที่ได้ทำการติดต่อกันแล้ว แต่ยังมองไม่เห็น
ผ่านอินเทอร์เฟซในการโปรแกรมแอพพลิเคชั่น(api) — ตัวอย่างเช่น
คล้ายกันกับอินเทอร์เฟซในการโปรแกรมของเยอรมนี"openimmo"
ควรจะรับทราบไว้ด้วยว่าอินเทอร์เฟซในการโปรแกรมนี้ —
โดยพื้นฐานแล้วคือกุญแจสำคัญสำหรับการดำเนินการ —
ควรให้ความช่วยเหลือหรือรับประกันการถ่ายโอนไปยังซอฟต์แวร์ที่ใช้อยู่ใน
ปัจจุบันได้ ถ้าไม่ได้เป็นดังกล่าว ก็ควรจะทำให้เป็นไปได้ในทางเทคโนโลยี
เนื่องจากว่ามีอินเทอร์เฟซในการโปรแกรมที่ใช้งานอยู่แล้ว เช่น
"openimmo" ที่ได้เอ่ยถึงก่อนหน้านี้ รวมทั้งโปรแกรมอื่นๆ
จึงจำเป็นที่จะต้องสามารถถ่ายโอนโปรไฟล์ในการค้นหาให้ได้

ในปัจจุบันนี้ตัวแทนอสังหาริมทรัพย์ต่างก็เปรียบเทียบโปรไฟล์กับทรัพย์สิน
ของตนที่อยู่ในตลาดอยู่ในขณะนี้ สำหรับวัตถุประสงค์นี้

ทรัพย์สินจะถูกอัพโหลดไปยังพอร์ทัลการจับคู่อสังหาริมทรัพย์และนำไปเป

รียบเทียบและเชื่อมต่อกับคุณลักษณะที่เกี่ยวข้องกัน

หลังจากที่การเปรียบเทียบเสร็จสิ้นแล้ว

จะมีการสร้างรายงานที่แสดงถึงการจับคู่คิดเป็นเปอร์เซ็นต์

เริ่มด้วยการจับคู่ตรงกัน   50%

เราจะมองเห็นโปรไฟล์ในการค้นหาได้ผ่านซอฟต์แวร์ของตัวแทนอสังหาริม

ทรัพย์

คุณลักษณะแต่ละอย่างจะถูกถ่วงน้ำหนักโดยเทียบเคียงกัน   (ระบบคะแนน)

เพื่อที่หลังจากเปรียบเทียบคุณลักษณะแล้ว

จะได้มีการพิจารณาเปอร์เซ็นต์ในการจับคู่   (ความน่าจะเป็นของการจับคู่)

ตัวอย่างเช่น   "ประเภทของทรัพย์สิน"

ที่มีลักษณะพิเศษจะถูกถ่วงน้ำหนักสูงกว่า   "พื้นที่อยู่อาศัย"

ที่มีลักษณะพิเศษ   นอกจากนั้นแล้ว   คุณลักษณะพิเศษบางอย่าง   (เช่น

ชั้นใต้ดิน) ก็อาจถูกเลือกให้ทรัพย์สินนั้นจำเป็นจะต้องมี

ในระหว่างการเปรียบเทียบคุณลักษณะต่างๆ   สำหรับการจับคู่

ก็ควรที่จะต้องมั่นใจว่าตัวแทนอสังหาริมทรัพย์ท่านนั้นที่สามารถเข้าถึงภูมิภาค

ที่ต้องการ   (จองไว้)   ได้

การดำเนินการเช่นนี้เป็นการลดความพยายามที่จะต้องทำการเปรียบเทียบข้อมูล

ซึ่งมีความสำคัญเป็นอย่างยิ่งเมื่อพิจารณาว่าตัวแทนอสังหาริมทรัพย์มักจะปฏิบัติการในระดับภูมิภาค

ควรรับทราบไว้ว่าโดยผ่านแนวทางการแก้ปัญหาระบบคลาวด์

เป็นไปได้ในวันนี้ที่จะจัดเก็บและดำเนินการข้อมูลขนาดใหญ่ได้

เพื่อที่จะรับประกันถึงการเป็นนายหน้าอสังหาริมทรัพย์ระดับมืออาชีพ

เฉพาะตัวแทนอสังหาริมทรัพย์เท่านั้นที่จะเข้าถึงโปรไฟล์ในการค้นหาได้

ในเรื่องนี้

ตัวแทนอสังหาริมทรัพย์จะทำสัญญากับผู้ประกอบการของพอร์ทัลการจับคู่อสังหาริมทรัพย์

หลังจากการเปรียบเทียบ/จับคู่ที่เกี่ยวข้องแล้ว

ตัวแทนอสังหาริมทรัพย์จะสามารถติดต่อกับผู้ที่มีความสนใจ

และในทางกลับกันฝ่ายที่มีความสนใจก็สามารถติดต่อตัวแทนอสังหาริมทรัพย์ได้

ถ้าตัวแทนอสังหาริมทรัพย์ได้ส่งรายงานไปยังผู้ที่มีโอกาสจะเป็นซื้อและผู้เช่า

นี่ยังหมายความว่าการรายงานกิจกรรมหรือการอ้างสิทธิของตัวแทนสำหรับค่าคอมมิสชั่นอสังหาริมทรัพย์จะถูกบันทึกเอกสารไว้ในกรณีที่การขายหรือการเช่านั้นดำเนินการเสร็จสิ้น

นี่อยู่ภายใต้เงื่อนไขที่ว่าตัวแทนอสังหาริมทรัพย์ได้รับการว่าจ้างโดยเจ้าของทรัพย์สิน   (ผู้ขายหรือเจ้าของ)

ในการนำเสนอทรัพย์สินนั้นหรือเงื่อนไขที่ว่าพวกเขาได้รับอนุญาตให้นำเสนอทรัพย์สินนั้นได้

6.ขอบเขตของการนำไปใช้งาน

การจับคู่อสังหาริมทรัพย์ตามที่ได้อธิบายไว้ในที่นี้ใช้ได้กับการขายหรือการใ
ห้เช่าอสังหาริมทรัพย์ในภาคการพักอาศัยและเชิงพาณิชย์

สำหรับอสังหาริมทรัพย์ในเชิงพาณิชย์

จำเป็นต้องมีคุณลักษณะพิเศษของอสังหาริมทรัพย์เพิ่มเติมตามที่เกี่ยวข้อง

อาจจะมีตัวแทนอสังหาริมทรัพย์ที่อยู่ฝั่งผู้ที่มีโอกาสจะเป็นซื้อและผู้เช่าอีกด้ว
ย ตามที่ปฏิบัติกันโดยทั่วไป ตัวอย่างเช่น ถ้าเขาได้รับมอบอำนาจจากลูกค้า

ในด้านภูมิภาคตามภูมิประเทศ

พอร์ทัลการจับคู่อสังหาริมทรัพย์นั้นใช้ได้ในเกือบจะทุกประเทศ

7.ข้อได้เปรียบ

กระบวนการในการจับคู่อสังหาริมทรัพย์นี้นำเสนอข้อได้เปรียบอย่างยิ่งให้แ
ก่ผู้ที่มีโอกาสจะเป็นซื้อและผู้ขาย

ไม่ว่าพวกเขาจะกำลังมองหาในพื้นที่ของตน   (สถานที่พักอาศัย)

หรือกำลังจะย้ายไปยังเมืองหรือภูมิภาคอื่นด้วยเหตุผลที่เกี่ยวข้องกับงาน

พวกเขาเพียงแค่ต้องป้อนข้อมูลในโปรไฟล์ในการค้นหาครั้งเดียวเท่านั้นเพื่อ

ขอรับข้อมูลเกี่ยวกับการจับคู่ทรัพย์สินจากตัวแทนอสังหาริมทรัพย์ที่ปฏิบัติก

ารอยู่ในภูมิภาคที่เป็นที่ต้องการ

สำหรับตัวแทนอสังหาริมทรัพย์

นี่เป็นข้อได้เปรียบหลักในด้านความมีประสิทธิภาพและการประหยัดเวลาสำ

หรับการขายหรือการเช่า

พวกเขาได้รับสรุปภาพรวมทันทีถึงศักยภาพของฝ่ายที่มีความสนใจอย่างจริง

จังว่ามีมากน้อยแค่ไหนในเรื่องที่เกี่ยวข้องกับทรัพย์สินนั้นๆ

แต่ละอย่างที่พวกเขานำเสนอ

ยิ่งไปกว่านั้น

ตัวแทนอสังหาริมทรัพย์สามารถเข้าถึงกลุ่มเป้าหมายที่เกี่ยวข้องได้โดยตรง

ซึ่งได้พิจารณาทรัพย์สิน "ในฝัน" ของพวกเขาอย่างเป็นพิเศษในกระบวนการกำหนดโปรไฟล์ในการค้นหาของตน การติดต่อกันก็สามารถทำได้ ตัวอย่างเช่น โดยการส่งรายงานอสังหาริมทรัพย์ นี่เป็นการเพิ่มคุณภาพของการติดต่อกับฝ่ายที่มีความสนใจที่รู้ว่าพวกเขากำลังมองหาสิ่งใด และยังเป็นการลดจำนวนการนัดหมายเพื่อดูทรัพย์สินที่เป็นผลต่อเนื่องตามมา ซึ่งในทางกลับกันลดระยะเวลาในการทำการตลาดโดยรวมสำหรับทรัพย์สินที่จะทำการซื้อขายผ่านนายหน้า

หลังจากที่ผู้ที่มีโอกาสจะเป็นซื้อและผู้เช่าได้ดูทรัพย์สินที่จะตกลงกันแล้ว ก็จะมีการสรุปสัญญาซื้อขายหรือสัญญาเช่า ตามที่เห็นกันในการทำการตลาดอสังหาริมทรัพย์แบบดั้งเดิม

8.การคำนวณตัวอย่าง **(ศักยภาพ)** **–**

เท่านั้นที่อยู่อาศัยและบ้านพักที่เจ้าของยังอาศัยอยู่

(โดยไม่มีอพาร์ตเมนท์ที่ให้เช่าหรือบ้านพักหรือทรัพย์สินในเชิงพาณิช

ย์)

ตัวอย่างต่อไปนี้จะแสดงให้เห็นอย่างชัดเจนถึงศักยภาพของพอร์ทัลการจับคู่
อสังหาริมทรัพย์

ในพื้นที่ทางภูมิประเทศมีประชากร 250,000 คน
เช่นเมืองมึนเช่นกลัดบัค (เยอรมนี) มี - ข้อมูลทางสถิติ -
ครัวเรือนประมาณ 125,000 ครัวเรือน (ผู้พักอาศัย 2 คนต่อครัวเรือน)
อัตราการย้ายที่อยู่เฉลี่ยอยู่ที่ประมาณ 10% นี่หมายความว่ามี 12,500
ครัวเรือนที่ย้ายที่อยู่ต่อปี
สัดส่วนของการย้ายเข้าต่อการย้ายออกสำหรับมึนเช่นกลัดบัคยังไม่ได้นำมาพิ
จารณาไว้ ณ ที่นี้ ประมาณ 10,000 ครัวเรือน (80%)
ค้นหาทรัพย์สินที่ต้องการปล่อยให้เช่า และประมาณ 2,500 ครัวเรือน
(20%) ค้นหาทรัพย์สินที่ต้องการขาย

โดยสอดคล้องกับรายงานตลาดทรัพย์สินจากคณะกรรมการที่ปรึกษาสำหรับเมืองมึนเช่นกลัดบัค มีการซื้อขายอสังหาริมทรัพย์ 2,613 รายการในปี 2012 นี่ยืนยันถึงจำนวนผู้ที่มีโอกาสจะเป็นผู้ซื้อ 2,500 รายที่ได้กล่าวถึงก่อนหน้านี้ ที่จริงแล้วน่าจะมีมากกว่านี้ แต่ไม่ใช่ว่าผู้ที่มีโอกาสจะเป็นผู้ซื้อทุกรายจะสามารถค้นหาทรัพย์สินในอุดมคติของตนได้ จำนวนของผู้ที่มีโอกาสจะเป็นผู้ซื้อที่มีความสนใจจริงๆ - หรือ โดยเฉพาะอย่างยิ่ง จำนวนของโปรไฟล์ในการค้นหา - ถูกประเมินว่าสูงกว่าอัตราการย้ายที่อยู่เฉลี่ยที่ประมาณ 10% เป็นสองเท่า กล่าวคือ โปรไฟล์ในการค้นหา 25,000 โปรไฟล์ นี่รวมถึงความเป็นไปได้ที่ผู้ที่มีโอกาสจะเป็นผู้ซื้อได้กำหนดโปรไฟล์ในการค้นหาซ้อนในพอร์ทัลการจับคู่อสังหาริมทรัพย์

และยังควรที่จะกล่าวถึงว่าเมื่อพิจารณาจากประสบการณ์แล้ว
ประมาณครึ่งหนึ่งของผู้ที่มีโอกาสจะเป็นผู้ซื้อและผู้เช่าทั้งหมดจนถึงขณะนี้ค้นพาทรัพย์สินของตนโดยการร่วมมือกับตัวแทนอสังหาริมทรัพย์
ซึ่งมียอดสูงถึง 6,250 ครัวเรือน
ประสบการณ์ในอดีตยังแสดงให้เห็นอีกด้วยว่าอย่างน้อย 70%
ของครัวเรือนทั้งหมดค้นหาอสังหาริมทรัพย์ผ่านพอร์ทัลอสังหาริมทรัพย์บน

อินเทอร์เน็ต ซึ่งมียอดรวมที่ 8,750 คนครัวเรือน
(สอดคล้องกับโปรไฟล์ในการค้นหา 17,500 โปรไฟล์)

ถ้า 30% ของผู้ที่มีโอกาสจะเป็นซื้อและผู้ขายทั้งหมด หมายถึง 3,750
ครัวเรือน (หรือโปรไฟล์ในการค้นหา 7,500 โปรไฟล์)
กำหนดโปรไฟล์ในการค้นหากับพอร์ทัล(แอพ)
การจับคู่อสังหาริมทรัพย์สำหรับเมืองเช่นมึนเช่นกลัดบัค
ตัวแทนอสังหาริมทรัพย์ที่เชื่อมต่อถึงกันอาจนำเสนอทรัพย์สินที่เหมาะสมให้
แก่ผู้ที่มีโอกาสจะเป็นผู้ซื้อผ่านโปรไฟล์ในการค้นหาเฉพาะ 1,500
โปรไฟล์ (20%)
และให้แก่ผู้ที่มีโอกาสจะเป็นผู้เช่าผ่านโปรไฟล์ในการค้นหาเฉพาะ 6,000
โปรไฟล์ (80%)
นี่หมายความว่าด้วยระยะในการค้นหาเฉลี่ยที่ 10 เดือนและราคาตัวอย่างที่
50
ยูโรต่อเดือนสำหรับโปรไฟล์ในการค้นหาทุกโปรไฟล์ที่กำหนดโดยผู้ที่มีโอ
กาสจะเป็นผู้ซื้อหรือผู้เช่า มีศักยภาพในการขายที่ 3,750,000
ยูโรต่อปีด้วยโปรไฟล์ในการค้นหา 7,500
โปรไฟล์สำหรับเมืองที่มีผู้อยู่อาศัย 250,000 คน

หากขยายการคำนวณนี้ไปทั่วเยอรมนีที่มีประชากรประมาณ 80,000,000 (80 ล้าน) คน ก็จะทำให้เกิดศักยภาพในการขายที่ 1,200,000,000 ยูโร (1.2 พันล้านยูโร) ต่อปี ถ้า 40% ผู้ที่มีโอกาสจะเป็นผู้ซื้อหรือผู้เช่าทั้งหมดค้นหาอสังหาริมทรัพย์ของตนผ่านพอร์ทัลการจับคู่อสังหาริมทรัพย์แทนที่จะเป็น 30% ศักยภาพในการขายก็จะเพิ่มขึ้นเป็น 1,600,000,000 ยูโร (1.6 พันล้านยูโร) ต่อปี

ศักยภาพในการขายหมายถึงเฉพาะอพาร์ตเมนท์และบ้านพักที่เจ้าของครอบครองอยู่เท่านั้น

ทรัพย์สินเพื่อให้เช่าและการลงทุนในภาคอสังหาริมทรัพย์เชิงที่พักอาศัยและภาคอสังหาริมทรัพย์เชิงพาณิชย์ทั้งหมดไม่ได้ถูกรวมไว้ในการคำนวณศักยภาพนี้

ด้วยบริษัทประมาณ 50,000 บริษัทในเยอรมนีธุรกิจการเป็นนายหน้าอสังหาริมทรัพย์ (รวมถึงตัวแทนอสังหาริมทรัพย์ บริษัทก่อสร้าง บริษัทซื้อขายอสังหาริมทรัพย์ และบริษัทอสังหาริมทรัพย์อื่นๆ) พนักงานประมาณ 200,000 คน และส่วนแบ่งประมาณ 20% ของบริษัท50,000

บริษัทเหล่านี้ที่ใช้พอร์ทัลการจับคู่อสังหาริมทรัพย์นี้ด้วยใบอนุญาตเฉลี่ย   2

ใบ   ผลที่ได้   (โดยใช้ราคาตัวอย่างเดียวกันที่   300

ยูโรต่อเดือนต่อใบอนุญาต)   ก็คือศักยภาพในการขายที่ 72,000,000

ยูโร   (72   ล้านยูโร)   ต่อปี   ยิ่งไปกว่านั้น

ถ้ามีการดำเนินการโปรไฟล์ในการค้นหาในพื้นที่ของการจองในระดับภูมิภา

ค   ศักยภาพในการขายที่เพิ่มขึ้นอย่างมีนัยสำคัญก็อาจเกิดขึ้นได้

ขึ้นอยู่กับการออกแบบ

ด้วยศักยภาพอันเหลือคณานับของผู้ที่มีโอกาสจะเป็นผู้ซื้อและผู้เช่าที่มีโปรไ

ฟล์ในการค้นหาเฉพาะนี้

ตัวแทนอสังหาริมทรัพย์ก็ไม่จำเป็นต้องอัพเดตฐานข้อมูลของตัวเอง   —

ถ้าพวกเขามีฐานข้อมูล — จากฝ่ายที่มีความสนใจอีกต่อไป นอกจากนั้นแล้ว

จำนวนโปรไฟล์ในการค้นหาในปัจจุบันมีแนวโน้มที่จะสูงเกินกว่าจำนวนโป

รไฟล์ในการค้นหาที่สร้างขึ้นโดยตัวแทนอสังหาริมทรัพย์จำนวนมากในฐาน

ข้อมูลของตัวเอง

ถ้าพอร์ทัลการจับคู่อสังหาริมทรัพย์อันเป็นนวัตกรรมนี้ถูกนำไปใช้งานในหล

ายๆ   ประเทศ   ผู้ที่มีโอกาสจะเป็นผู้ซื้อจากเยอรมนีก็อาจ   ยกตัวอย่าง

สร้างโปรไฟล์ในการค้นหาสำหรับอพาร์ตเมนท์สำหรับการพักผ่อนบนเกาะ

มายอร์ก้า   (สเปน)   บนชายฝั่งทะเลเมดิเตอร์เรเนียน

และตัวแทนอสังหาริมทรัพย์ที่เชื่อมต่อกันในมายอร์ก้าก็อาจนำเสนออพาร์ต

เมนท์ที่ตรงกับความต้องการของลูกค้าชาวเยอรมันที่มีศักยภาพของตนได้ผ่าน

อีเมล   ถ้ารายงานนั้นเป็นภาษาสเปน

ทุกวันนี้ผู้ที่มีโอกาสจะเป็นผู้เช่าก็อาจใช้โปรแกรมแปลภาษาได้จากอินเทอร์เ

น็ตเพื่อแปลข้อความเป็นภาษาเยอรมันได้อย่างรวดเร็ว

เพื่อที่จะสามารถดำเนินการจับคู่ของโปรไฟล์ในการค้นหากับทรัพย์สินที่มีอ

ยู่โดยปราศจากอุปสรรคด้านภาษา

ก็สามารถทำการเปรียบเทียบคุณลักษณะพิเศษที่สอดคล้องกันได้ภายในพอร์

ทัลการจับคู่อสังหาริมทรัพย์โดยขึ้นอยู่กับคุณลักษณะพิเศษที่ได้ตั้งโปรแกรม

ไว้   (เชิงคณิตศาสตร์)   โดยไม่ต้องคำนึงถึงภาษา

และภาษาที่สัมพันธ์กันนั้นก็สามารถกำหนดขึ้นได้ภายหลัง

เมื่อใช้พอร์ทัลการจับคู่อสังหาริมทรัพย์บนทุกทวีป

ศักยภาพในการขายที่ได้กล่าวถึงก่อนหน้านี้

(เฉพาะสำหรับผู้ที่มีความสนใจในการค้นหา)

จะขยายการคำนวณได้ก็จะเป็นไปดังต่อไปนี้

ประชากรโลก:

7,500,000,000 (7.5 พันล้าน) คน

1. ประชากรในประเทศที่มีความเจริญทางอุตสาหกรรมแล้วและประเทศที่มีความเจริญทางอุตสาหกรรมเป็นส่วนใหญ่:

2,000,000,000 (2.0 พันล้าน) คน

2. ประชากรในประเทศเกิดใหม่:

4,000,000,000 (4.0 พันล้าน) คน

3. ประชากรในประเทศกำลังพัฒนา:

1,500,000,000 (1.5 พันล้าน) คน

ศักยภาพในการขายรายปีสำหรับเยอรมนีถูกแปลงและคาดการณ์ไว้ที่1.2 พันล้านยูโรโดยมีผู้อยู่อาศัย 80

ล้านคนที่มีปัจจัยที่คาดการณ์ไว้ต่อไปนี้สำหรับประเทศที่มีความเจริญทางอุต

สาหกรรมแล้ว ประเทศเกิดใหม่ และประเทศกำลังพัฒนา

1. ประเทศที่มีความเจริญทางอุตสาหกรรมแล้ว   1.0

2. ประเทศเกิดใหม่:   0.4

3. ประเทศกำลังพัฒนา: 0.1

ผลลัพธ์ที่ได้ก็คือศักยภาพในการขายรายปีต่อไปนี้ (1.2 พันล้านยูโร x

จำนวนประชากร   (ประเทศที่มีความเจริญทางอุตสาหกรรมแล้ว

ประเทศเกิดใหม่ หรือประเทศกำลังพัฒนา) / ผู้อยู่อาศัย 80 ล้านคน x

ปัจจัย)

1. ประเทศที่มีความเจริญทางอุตสาหกรรมแล้ว

    :   EUR   30.00 พันล้านยูโร

2. ประเทศเกิดใหม่

    :   EUR   24.00 พันล้านยูโร

3. ประเทศกำลังพัฒนา

    :   EUR   2.25 พันล้านยูโร

    รวมทั้งหมด: **EUR   56.25** พันล้านยูโร

9.สรุป

พอร์ทัลการจับคู่อสังหาริมทรัพย์ที่แสดงให้เห็นตัวอย่างนั้นนำเสนอข้อได้เปรียบอย่างมีนัยสำคัญสำหรับผู้ที่ค้นหาอสังหาริมทรัพย์ (ฝ่ายที่มีความสนใจ) และตัวแทนอสังหาริมทรัพย์

1. เวลาที่จำเป็นต้องใช้ในการค้นหาทรัพย์สินที่เหมาะสมนั้นลดลงอย่างมีนัยสำคัญสำหรับฝ่ายที่มีความสนใจเนื่องจากพวกเขาจำเป็นที่จะต้องสร้างโปรไฟล์ในการค้นหาแค่ครั้งเดียวเท่านั้น

2. ตัวแทนอสังหาริมทรัพย์ได้รับมุมมองภาพรวมของจำนวนผู้ที่มีโอกาสจะเป็นผู้ซื้อหรือผู้เช่า

   รวมถึงข้อมูลเกี่ยวกับความต้องการของพวกเขา

   (โปรไฟล์ในการค้นหา)

3. ฝ่ายที่มีความสนใจได้รับเฉพาะทรัพย์สินที่เป็นที่ต้องการหรือตรงกับความต้องการเท่านั้น   (ขึ้นอยู่กับโปรไฟล์ในการค้นหา)

   จากตัวแทนอสังหาริมทรัพย์ทุกราย

   (เหมือนกับการเลือกไว้ก่อนล่วงหน้าโดยอัตโนมัติ)

4. ตัวแทนอสังหาริมทรัพย์ลดความพยายามของตนที่จะต้องคอยรักษาฐานข้อมูลของตนเองจากโปรไฟล์ในการค้นหาเนื่องจากโปรไฟล์ในการค้นหาในปัจจุบันที่มากมายนั้นมีพร้อมอยู่ตลอดไป

5. เนื่องจากเฉพาะผู้ให้บริการเชิงพาณิชย์/ตัวแทนอสังหาริมทรัพย์เท่านั้นที่จะเชื่อมต่อกับพอร์ทัลการจับคู่อสังหาริมทรัพย์ได้ ผู้ที่มีโอกาสจะเป็นซื้อและผู้เช่าจึงสามารถทำงานร่วมกับตัวแทนอสังหาริมทรัพย์ที่มีประสบการณ์

6. ตัวแทนอสังหาริมทรัพย์ลดจำนวนการนัดหมายดูสถานที่และระยะเวลาในการทำการตลาดโดยรวม   ในทางกลับกันจำนวนการนัดหมายดูสถานที่สำหรับผู้ที่มีโอกาสจะเป็นผู้ซื้อหรือผู้เช่าก็ลดลง

   รวมทั้งเวลาสำหรับการทำสัญญาซื้อขายหรือสัญญาเช่าที่สรุปเรียบร้อยแล้ว

7. เจ้าของทรัพย์สินที่จะขายหรือให้เช่าก็ประหยัดเวลาเช่นกัน มีผลประโยชน์ทางการเงินมากไปกว่านั้นอีก ด้วยเวลาว่างที่ลดน้อยลงสำหรับทรัพย์สินเพื่อการปล่อยให้เช่าและการชำระเงินการซื้อขายที่เร็วขึ้นสำหรับทรัพย์สินที่จะขายอันเป็นผลมาจากการปล่อยให้เช่าหรือการขายที่เร็วขึ้น

โดยการดำเนินการแนวความคิดในการจับคู่อสังหาริมทรัพย์นี้

กระบวนการอันมีนัยสำคัญในการเป็นนายหน้าอสังหาริมทรัพย์ก็สามา

รถบรรลุผลได้

10.การบูรณาการพอร์ทัลการจับคู่อสังหาริมทรัพย์เข้าในซอฟต์แวร์ของตัวแทนอสังหาริมทรัพย์ใหม่ รวมถึงการประเมินอสังหาริมทรัพย์

โดยที่เป็นข้อคิดเห็นสุดท้าย

พอร์ทัลการจับคู่อสังหาริมทรัพย์ที่ได้อธิบายไว้ในที่นี้อาจเป็นองค์ประกอบที่มีนัยสำคัญของซอฟต์แวร์ของตัวแทนอสังหาริมทรัพย์ใหม่

จะสมบูรณ์แบบมากถ้ามีใช้ทั่วโลก   ตั้งแต่เริ่มแรกเลย

นี่หมายความว่าตัวแทนอสังหาริมทรัพย์อาจใช้พอร์ทัลการจับคู่อสังหาริมทรัพย์นอกเหนือไปจากซอฟต์แวร์ของตัวแทนอสังหาริมทรัพย์ที่มีอยู่แล้ว

หรือตามหลักการแล้วจะใช้ซอฟต์แวร์ของตัวแทนอสังหาริมทรัพย์ใหม่ซึ่งรวมถึงพอร์ทัลการจับคู่อสังหาริมทรัพย์ก็ได้ อย่างใดอย่างหนึ่ง

โดยการบูรณาการพอร์ทัลการจับคู่อสังหาริมทรัพย์ที่มีประสิทธิภาพและเป็นนวัตกรรมนี้เข้าในซอฟต์แวร์ของตัวแทนอสังหาริมทรัพย์ใหม่

จุดขายอันโดดเด่นที่เป็นพื้นฐานสำหรับซอฟต์แวร์ของตัวแทนอสังหาริมทรัพย์ก็ถูกสร้างขึ้นซึ่งจะเป็นสิ่งจำเป็นต่อการเจาะตลาด

เนื่องจากการประเมินอสังหาริมทรัพย์เป็นและจะยังคงเป็นองค์ประกอบที่สำคัญยิ่งของตัวแทนอสังหาริมทรัพย์

ซอฟต์แวร์ของตัวแทนอสังหาริมทรัพย์จะต้องมีเครื่องมือในการประเมินอสังหาริมทรัพย์แบบบูรณาการ

การประเมินอสังหาริมทรัพย์ด้วยวิธีการคำนวณที่สอดคล้องกันนั้นสามารถเข้าถึงตัวแปรข้อมูลที่เกี่ยวข้องได้จากทรัพย์สินที่ป้อนเข้า/บันทึกไว้ของตัวแทนอสังหาริมทรัพย์ เช่นเดียวกัน ตัวแทนอสังหาริมทรัพย์ก็สามารถชดเชยตัวแปรที่ขาดหายไปได้ด้วยความเชี่ยวชาญในตลาดระดับภูมิภาคของตนเอง

ยิ่งไปกว่านั้น

ซอฟต์แวร์ของตัวแทนอสังหาริมทรัพย์ก็ควรมีทางเลือกในการบูรณาการการพาชมอสังหาริมทรัพย์แบบเสมือนจริงของทรัพย์สินที่พร้อม

นี่อาจนำไปดำเนินการได้โดยง่ายโดยการพัฒนาแอพเพิ่มเติมสำหรับโทรศัพท์มือถือและ/หรือแท็บเล็ตที่สามารถบันทึกได้แล้วจึงบูรณาการหรือรวมการพาชมอสังหาริมทรัพย์แบบเสมือนจริง – โดยทั่วไปแล้วเป็นไปโดยอัตโนมัติ – เข้าในซอฟต์แวร์ของตัวแทนอสังหาริมทรัพย์

ถ้าพอร์ทัลการจับคู่อสังหาริมทรัพย์ที่มีประสิทธิภาพและเป็นนวัตกรรมถูกบู

รณาการเข้าในซอฟต์แวร์ของตัวแทนอสังหาริมทรัพย์ร่วมกันกับการประเมิน

อสังหาริมทรัพย์

ศักยภาพในการขายที่เป็นไปได้ก็คงจะเพิ่มขึ้นอีกครั้งอย่างมีนัยสำคัญ

มัทเธียสฟีดเลอร์

Korschenbroich, 10/31/2016

มัทเธียสฟีดเลอร์

Erika-von-Brockdorff-Str. 19

41352 Korschenbroich

เยอรมนี

www.matthiasfiedler.net